शूरवीर

महाराणा प्रताप

रा.वा. शेवडे गुरुजी

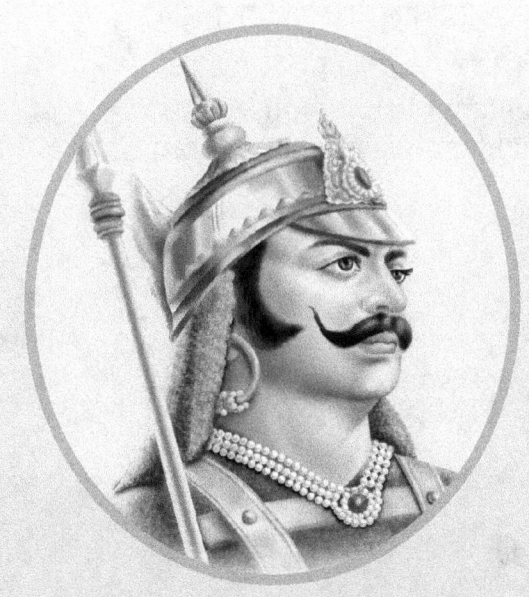

मेहता पब्लिशिंग हाऊस

❈ **SHOORVEER MAHARANA PRATAP**
by R.V. Shevade Guruji

❈ **शूरवीर महाराणा प्रताप** / कुमार साहित्य
रा.वा. शेवडे गुरुजी

❈ प्रकाशक
सुनील अनिल मेहता
मेहता पब्लिशिंग हाऊस,
१९४१, सदाशिव पेठ, माडीवाले कॉलनी, पुणे ३०.
☏ ०२०-२४४७६९२४
E-mail : info@mehtapublishinghouse.com
Website : www.mehtapublishinghouse.com

❈ प्रथमावृत्ती
सप्टेंबर, २०१७

❈ मुखपृष्ठ व आतील चित्रे
देविदास पेशवे

❈ ISBN 9789386745514

एकेकाळची 'अंबा टॅनिन'ची समर्थ शक्ती
माननीय वा.रा. तथा बाबूराव राजंदेकर
यांच्या परहितबुद्धीस
आदरपूर्वक अर्पण

उपोद्घात

आपला भारत देश हा निसर्गदेवाचा लाडका देश आहे. सुपीक जमीन, भरपूर सूर्यप्रकाश, पुरेपूर प्रमाणात आणि बारा महिने वाहणाऱ्या नद्या यामुळे भारतीयांना अन्न-वस्त्र-निवाऱ्याची कधी कमतरता पडली नाही; परंतु याच संपन्नतेच्या पोटी त्याला अनेक आक्रमणांना तोंड द्यावे लागले. नापीक असलेल्या शेजारच्या राष्ट्रांनी नेहमीच भारतावर स्वाऱ्या केल्या. विशेषत: त्या खैबरबोलन खिंडीमार्गे निरनिराळ्या मुसलमान टोळ्यांकडून झाल्या. याचे स्वरूप असे होते की, लुटारू येत आणि लूटमार करून निघून जात. त्यांच्यापैकी कुणी भारतात स्थयिक होण्याचा प्रयत्न केला नाही. या आक्रमणांना प्रामुख्याने तोंड द्यावे लागले ते राजस्थानला- त्यातूनही मेवाडी राजपुतांना. त्यामुळे जणू काही समीकरणच होत गेले, की राजपूत म्हणजे लढवय्ये; पण सोळाव्या शतकाच्या

उत्तरार्धात काही निराळ्या घटना घडून आल्या. शस्त्रसज्ज होऊन बाबर या मोगली नेत्याने आपल्या प्रगत शस्त्रांनिशी भारतावर स्वारी केली. राजपुतांनी राणा सांगाच्या नेतृत्वाखाली लढा दिला. राजपूत पराभूत झाले. त्यांना असे वाटले की, हा बाबर आता इतर आक्रमकांप्रमाणे थोडीफार लूटमार करून निघून जाईल; पण तसे झाले नाही. त्याने दिल्ली जिंकली आणि दिल्लीच्या तख्तावर आरूढ होऊन भारतातच राज्य करण्याचे ठरविले.

बाबरची फौज कडवी होती. त्याची शस्त्रास्त्रे आधुनिक होती. त्याच्याकडे बंदुका होत्या. बाबरने जम बसविला. त्याच्यानंतर त्याचा मुलगा हुमायून गादीवर आला. हुमायून दयाळू प्रवृत्तीचा होता. राज्य करण्यासाठी लागणारा कणखरपणा त्याच्याजवळ नव्हता, म्हणून त्याला शेरशहा नावाच्या शूर सरदाराने पदच्युत केले. पुढे शेरशहाचा खून झाला. त्याच्या मुलांत गादीसाठी भांडणे लागली आणि हेमचंद्र नावाच्या हिंदू सेनापतीने स्वपराक्रमावर दिल्लीचे राज्य बळकावले.

पुढे बहिरामखानने हेमूचा पराभव करून दिल्लीच्या गादीवर अकबराला बसविले. बाबर असो, हुमायून असो, शेरशहा असो, नाही तर बहिरामखान - अकबर असोत, राज्यविस्तार करणे, हे त्यांचे ध्येय होते. अकबर वयात आला आणि त्याने राज्याची सूत्रे आपल्या हाती घेतली. बहिरामखान आणि अकबर यांचे न पटल्यामुळे बहिरामखानास दूर

व्हावे लागले आणि अकबर अत्यंत चाणाक्षपणाने दिल्लीचे राज्य करू लागला. त्याने बंगाल, गुजरात, काश्मीर आपल्या अमलाखाली आणले. त्याला प्रखर लढा द्यावा लागला तो राजस्थानशी, विशेषत: मेवाडशी. साम, दाम, दंड, भेदाने त्याने अनेक राजपूत घराणी निस्तेज करून अंकित केली. सामेरच्या राजा मानसिंगने तर आपली बहीण जोधाबाई देऊन त्याच्या दरबारी एक मानाची जागा पटकावली होती. मानसिंग शूर होता, म्हणून त्याला सेनापतिपद देऊन अकबरने मेवाडवर, विशेषत: अकबरापुढे मान न वाकविणाऱ्या उदयपूरच्या राणा प्रतापवर पाठविले.

पुढे राणा प्रतापने मातृभूमीच्या मुक्तीसाठी अरवली पर्वताचा आश्रय घेतला आणि तिथून कधी गनिमी काव्याने तर कधी उघड प्रतिकार चालू ठेवला. चित्तोड पडल्यापासून चांगली दोन तपे लढत सुरू होती. राजपूत सैनिकांचे संख्याबळ कमी पडल्यामुळे शूर भिल्लांचे सैन्य राणा प्रतापने उभे केले आणि कडवा प्रतिकार चालू ठेवला. राणा अकबरला कधी शरण गेलाच नाही. त्याने निम्म्याहून अधिक मेवाड शत्रूपासून मुक्त केला. राणाला उदंड आयुष्य लाभते, तर त्याने उरलासुरला मेवाड स्वतंत्र केला असता आणि त्यामुळे कदाचित भारताच्या इतिहासाला नवीन कलाटणी मिळाली असती; पण तसे व्हायचे नव्हते हेच खरे. राणा प्रतापला उदंड आयुष्य लाभले नाही. तो आजारी पडला. त्याने आपला अंतकाळ ओळखला. एका बाजूने अर्धा मेवाड मुक्त केल्याचा आनंद, तर दुसऱ्या बाजूने राजपुतांच्या प्रतिष्ठेची राजधानी जी चित्तोड ती तो मुक्त करू शकला नाही याचे दु:ख, अशा द्विधा मन:स्थितीत त्याला मरण आले.

अकबर बादशहाच्या बलाढ्य सत्तेविरुद्ध राणा प्रतापने दिलेल्या जिद्दीच्या लढ्याला इतिहासात तोड नाही. जय-पराजय या ठिकाणी महत्त्वाचा नाही; परंतु ज्या जिद्दीने, ज्या देशभक्तीने त्याने हा लढा दिला, ती गोष्ट मोलाची आहे.

महाराणा प्रतापसिंह

चित्तोडवर अकबर बादशहाने स्वारी केली. महाराणा उदयसिंहाचा त्याच्यापुढे निभाव लागला नाही. त्याला चित्तोड खाली करावे लागले. उदयसिंहाच्या ठिकाणी महाराणा सांगा असता तर अकबराला हात चोळतच परतावे लागले असते. विलासी आणि अवसानघातकी उदयसिंहने किल्ला लढवला आणि अकबरने तो महत्प्रयासाने जिंकला. पंच्याहत्तर टक्के चित्तोड प्रतिकार करत होता, तर पंचवीस टक्के कडवे राजपूत अकबरच्या शाही फौजेवर तुटून पडत होते. हा किल्ला जिंकून घेताना अकबरला बरीच फौज, शस्त्रास्त्रे आणि संपत्ती खर्ची घालावी लागली. किल्ला ताब्यात आला; नंतरसुद्धा शाही सैनिकांनी अनेक निरपराध नागरिकांची अकबरच्या हुकमाने निष्कारण कत्तल केली.

उदयसिंहने आपली राजधानी सुरक्षिततेच्या दृष्टीने गोगुंद्यास आणली. चित्तोड घेऊन बादशहा परत गेल्यामुळे चित्तोड परत जिंकून घेण्याचा विचारसुद्धा उदयसिंहाच्या मनात आला नाही. तो पुन्हा आपल्या विलासातच दंग झाला.

उदेपुरात राजपुत्र शक्तिसिंहचा जन्म झाला. शक्तिसिंहवर राणा उदयसिंहचे प्रेम होते; परंतु राणा जगमालची आई उदयसिंहची आवडती राणी असल्यामुळे तिच्या समजुतीसाठी शक्तिसिंहचा द्वेष करण्याचे नाटक तो करत असे.

असाच एकदा दरबार भरला असताना काही लोहार नवीन बनविलेली हत्यारे देण्यासाठी दरबारात आले. तागाच्या गठ्ठ्यावर तलवार चालवून धारेची परीक्षा घेतली जाते; परंतु सात वर्षाचा शक्तिसिंह पुढे येऊन उदयसिंहला म्हणाला,

"पिताजी, तलवारीची धार अशी पाहायची नसते."

उदयसिंहाला राग आला. तो घुश्शातच म्हणाला,

"मग कशी पाहायची असते?"

'ही अशी' असे म्हणत शक्तिसिंहने त्यातील एक कट्यार उचलून आपल्या अंगठ्यावर चालवली. अंगठा रक्तबंबाळ झाला. शक्तिसिंहला आनंद झाला; परंतु जगमालच्या आईने शक्तिसिंहचा हा उद्धटपणा समजून त्यायोगे उदयसिंहचा मोठा अपमान झाल्याची तक्रार केली. तिने उदयसिंहची अनुमती न घेताच शक्तिसिंहला देहान्ताची शिक्षा फर्मावली. राणा उदयसिंहला हा एकूण सारा प्रकार आवडला नाही. दरबारात एक सालुंब्रादीप नावाचा सामंत होता. त्याने महाराणा उदयसिंहची मन:स्थिती

ओळखली. तो पुढे होऊन नम्रतेने म्हणाला,

"राणाजी, मला पुत्र नाही, हे आपण ओळखता."

"ते आम्हास ठाऊक आहे."

"बरेच दिवस आपणाकडून मी काहीतरी मागून घ्यावे, अशी आपली इच्छा होती."

"मग आता आपणास काय हवं आहे?"

"आपला मुलगा आपण मला दान म्हणून द्यावा. मी त्याला आपला पुत्र मानून मोठ्या प्रेमानं त्याचं रक्षण करीन."

पुढे उदयसिंहच्या मृत्यूनंतर राणा प्रतापने राणा शक्तिसिंहला सन्मानपूर्वक बोलावून घेतले.

मेवाडची शान वाढवण्यात राणा सांगाचा फार मोठा भाग होता. शत्रूची आक्रमणे परतवून लावता लावता त्याच्या शरीरावर इतक्या जखमा झाल्या की, जखमेचा व्रण नाही असा शरीराचा भाग आढळणे कठीण होते आणि या वस्तुस्थितीचा त्याला मोठा गर्व वाटत असे.

नियतीला हा गौरव तितकासा मानवला नाही. राणा सांगाच्या पोटी आलेला राणा उदयसिंह जितका कोत्या बुद्धीचा, अदूरदर्शी होता तितकाच विलासी होता. त्याने आयुष्यात एकूण अठरा लग्ने केली आणि त्याला चोवीस पुत्र झाले. इतिहासाला राणा प्रताप, राणा जगमाल आणि राणा शक्तिसिंह हे तीनच पुत्र माहीत आहेत.

उदयसिंह महाराजांचे निधन झाले होते. आपल्या आवडत्या राणीचा पुत्र जगमाल याला गादीवर बसवावे, अशी आपली अखेरची इच्छा सामंत- सरदारांच्या पुढे त्यांनी व्यक्त केली होती आणि त्याला अनुसरून जगमालने राज्याभिषेकही करून घेतला होता. राणा जगमाल आपल्या बापाप्रमाणे कर्तृत्वशून्य आणि विलासी होता. आपल्या वडिलांची इच्छा म्हणून राणा प्रताप जगमालला उदयपूरचा महाराणा म्हणून मानण्यास तयार होता, तथापि शूर आणि उमद्या राजपूत सामंत-सरदारांना हे बिलकुल मान्य नव्हते. त्यांनी जगमालला पदच्युत करून मेवाडच्या गादीवर राणा प्रतापला बसविले. चित्तोडच्या भवितव्यासाठी राणा प्रतापला सामंत-सरदारांचा निर्णय मान्य करावा लागला. राणा प्रताप गादीवर आला.

राणा प्रताप आणि राणा शक्तिसिंह हेच आता मेवाडचे एकमेव आशास्थान होते. उदेपूरच्या राजवाड्यात वडीलकीच्या आदराची आणि नात्याची एकच व्यक्ती होती, ती म्हणजे राजपुरोहित.

राणा प्रतापला त्याच्या प्रतापाचा गर्व होता, तसा राणा शक्तिसिंहला त्याच्या शक्तीचा. दोघांनाही शिकारीचे भारी वेड.

उदेपुरामध्ये एकदा वसंतोत्सव चालू होता. त्या निमित्ताने राणा प्रताप आणि राणा शक्तिसिंह यांनी शिकारीस जायचे ठरविले. दोघांनी पुष्कळ दौडधूप केली. जबरदस्त रानटी डुक्कर झुडपातून वेगाने जात असलेले त्यांना दिसले. डुक्कर झुडपात लपून बसले. झुडपाच्या एका बाजूला राणा प्रताप आणि दुसऱ्या बाजूला राणा शक्तिसिंह डुकरावर अचूक भालाफेक करण्याच्या तयारीत होते. भेदरलेले डुक्कर भाल्याच्या चकाकीने आणि घोड्यांच्या फुरफुरण्याने थरथरले. एकाच वेळी या दोन्ही भावांनी अचूक भालाफेक केली. दोन्ही भाले, दोन्ही बाजूंनी पाठीत घुसताच डुक्कर तळमळत बाहेर आले आणि क्षणार्धात गतप्राण झाले.

राणा प्रतापला वाटले की, शिकार आपण केली आहे आणि शक्तिसिंह असे समजून होता की, शिकार आपणच केली आहे. शिकार घेऊन दोघे राजवाड्यावर परत आले.

शिकार करून भाऊ-भाऊ आले. राजपुरोहितांना आनंदीआनंद झाला, ते म्हणाले, ''छान! डुक्कर मोठा जबरदस्त दिसतो.''

''होय गुरुदेव,'' राणा प्रताप उद्गारला.

''पण शिकार कुणी केली विचारलं नाहीत?'' शक्तिसिंहने गुरूदेवांना प्रश्न केला.

''हो, विसरलोच की, सांगा बरं शिकार कुणी केली?''

''मी'', ''मी'' दोघांच्याही तोंडून एकदम उद्गार गेले.

राणा प्रताप आणि राणा शक्तिसिंह हट्टाला पेटले. कुणी माघार घेईनात. अखेर दोघांनी म्यानातून तलवारी काढल्या. शक्तिसिंहचा उद्धटपणा राणा प्रतापला सहन झाला नाही. राणा प्रताप दटावून म्हणाला,

''मला माझ्या प्रतापाचा गौरव आहे हे विसरू नकोस.''

''आणि माझं नाव शक्तिसिंह आहे. मलाही माझ्या शक्तीचा तितकाच गर्व आहे.''

''खबरदार शक्तिसिंह!''

आपल्या तलवारीचा वार करण्यासाठी शक्तिसिंह राणा प्रतापावर धावला. अनवस्था प्रसंग टाळण्यासाठी राजपुरोहित राणा प्रतापला वाचविण्यासाठी मध्ये पडले. राणा प्रताप वाचला; पण राजपुरोहितांचं शिर धडावेगळे झालं. महाराणा प्रताप खवळून म्हणाला,

''शक्तिसिंह, पितृतुल्य राजपुरोहितांच्या ब्रह्महत्त्येचं पातक तुझ्या मस्तकावर आहे, हे विसरू नकोस. स्वत:चे प्राण वाचावेत असं वाटत असेल तर मेवाडच्या हद्दीतून ताबडतोब चालता हो!''

रागारागाने शक्तिसिंह राजवाड्यातून नव्हे, तर मेवाडातून बाहेर पडला आणि सुडाची भावना मनात बाळगून अकबर बादशहाला मिळाला. यापूर्वीच राजा मानसिंग अकबरला मिळाला होता. अकबरला आनंद झाला. राणा प्रतापावर मात करण्यासाठी ही दोन प्यादी पुढे-मागे आपल्याला खूप उपयोगी पडतील, याची त्याने अटकळ बांधून ठेवली आणि पुढे हळदीघाटीच्या युद्धात राजा मानसिंगबरोबर राणा शक्तिसिंहास धूर्त अकबराने आघाडीवर पाठविले.

राणाजी जागे झाले. त्यांच्या मनात एक विचार आला. चारणभाट भूप राग आळवीत असता मी जागा होत असे. त्यांचे मंगल काम आता पक्षी करत आहेत. मऊ गादीचे रूपांतर गवताच्या शय्येत झाले आहे. सुवर्णपात्राची जागा पत्रावळीने घेतली आहे. रोटी, भाजी हीच माझी पक्वान्ने झाली आहेत. फार वेळ विचार करायला राणाजींना सवड नव्हती. ते उठले. महाराणींना त्यांनी उठविले. एकलिंगजींच्या दर्शनाला ते गेले. हात जोडून राणाजी म्हणाले,

"एकलिंगजी, चित्तोडनजीकची मोक्याची गढी तर जिंकली, आता चित्तोडच्या मुक्तीचा मार्ग मोकळा झाल्यासारखं वाटतं. कृपा करा आणि तेवढं यश मला द्या."

महाराणी राणाजींना समजावू लागल्या, "आपणासारखे शूर देशभक्त या भरतखंडात आढळणं कठीण. यश आपलंच आहे. परमेश्वर परीक्षा पाहतोय इतकंच."

प्रसन्न मनाने ते उभयता गढीच्या पायथ्याशी आले. इतक्यात त्यांच्या हेरप्रमुखाने दोन किसान जवानांना पकडून आणल्याचे त्याला दिसले. हेरप्रमुख दिलवरसिंगाचा मुजरा स्वीकारीत राणाजी म्हणाले,

"दिलवर, काय गडबड आहे?"

"महाराज, या दोघांनी आपल्या आज्ञेचा भंग केला आहे. हे देशद्रोही आहेत. हा मोठा खुशवंत आणि दुसरा इंदर."

''आणि यांचा काय अपराध?''

''चित्तोडच्या आसपासची भूमी पिकवायची नाही, अशी दवंडी मी आपल्या आज्ञेनं पिटली होती; पण या दोघांनी आपली शेतं पिकवली आणि वर या खुशवंतनं आपल्याबद्दल अपशब्द काढले.''

''अस्सं?'' राणाजींच्या रागाचा पारा चढला. ''बोल खुशवंत, माझी आज्ञा तू अमान्य का केलीस?''

''मुलूखाचे धनी मोंगल आहेत. पेरणी करण्यापूर्वी आम्ही त्यांची परवानगी घेतली होती,'' जमिनीकडे डोळे लावून निश्चयी सुरात खुशवंत बोलत होता.

''आणि तू रे? इंदर, तुझं काय म्हणणं आहे?''

''राणाजी, माझी चूक झाली. या माझ्या वाटेकऱ्याच्या नादानं मी पेरणी केली; पण आता मला पटलंय.''

''काय पटलंय?''

''माझी चूक झाली. मी पेरणी करायला नको होती.''

''इंदर, कुणीही पेरणी करायची नाही अशी दवंडी आम्ही का फिरवली असेल?''

''पीक-पाण्याचा फायदा शत्रूला होतो म्हणून!''

''अगदी बरोबर! शत्रू आमचंच खाऊन आमच्यावर शिरजोर होणार. किती तगड्या जवान राजपुतांना मोगलांनी यमसदनाला धाडलंय माहीत आहे?''

''जी राणाजी!''

''आणि त्यामुळं तुमच्या किती भगिनी विधवा झाल्या आहेत, याची कल्पना आहे?''

पश्चात्तापाने इंदर खाली मान घालून उभा होता. त्याचे डोळे पाण्याने डबडबले होते. राणाजींनी खुशवंतकडे भेदक नजरेने पाहिले. ते म्हणाले, ''खुशवंत, आता तुझं काय म्हणणं आहे?''

निगरगट्ट मनाने खुशवंत घुम्म्यासारखा उभा होता. राणाजींच्या रागाचा पारा आणखी चढला. ते कडाडले,

''बोल खुशवंत, असा दगडासारखा गप्प का?''

''इतर असंख्य राजपुतांप्रमाणं मी मोगलांना मालक मानतो. मी मानसिंगाशी एकनिष्ठ आहे.''

राणाजींना क्रोध अनावर झाला. ते गरजले,

''देशद्रोही! चोर तो चोर आणि वर शिरजोर; परंतु चित्तोडच्या भूमीची-मातृभूमीची-

प्रतारणा हा देशभक्त महाराणा प्रताप कदापिही सहन करणार नाही. आणि देशद्रोह्याला देहान्ताशिवाय दुसरं प्रायश्चित्त नाही. आज तू आमच्या तावडीत सापडला आहेस. मानसिंग आमच्या तावडीत सापडला तर त्यालाही देशद्रोही समजून आम्ही हेच प्रायश्चित्त देऊ. त्या संधीची आम्ही वाट पाहत आहोत. मोगलांपेक्षाही देशद्रोही राजपूत आमच्या मातृभूमीची दास्यशृंखला बळकट करीत आहेत; पण हा महाराणा प्रताप...''

महाराणी राणाजींची समजूत घालू लागल्या, ''आपण योग्य तोच निर्णय घेतलात; पण आपली अमृतवाणी या विषारी सर्पाला ऐकवून आपण आपली जीभ का विटाळून घेत आहात? त्वरित शिक्षा फर्मावावी. पुढील कामाला उशीर नको.''

महाराज काहीसे शांत झाले. त्यांनी दिलबरसिंगला हुकूम दिला,

''इंदरला मुक्त करा. एकनिष्ठेची शपथ घेऊन त्याला आपल्या सैन्यात सन्माननीय सैनिकाची जागा द्या आणि या खुशवंतला- काळसर्पाला ठेचून काढा. त्याचा जाहीर शिरच्छेद करा.''

एक समाधानाचा निःश्वास टाकून राणाजी महाराणींसह आपल्या निवासाकडे लगबगीने निघून गेले.

दिल्लीच्या अकबर बादशहाला शरण जाऊन राजा मानसिंगने त्याला आपली बहीण दिली. चित्तोडचा महाराणा प्रताप शरण गेला नाही. तो लढतच राहिला. त्याची कीर्ती साऱ्या राजपुतांच्या मनात भरून राहिली होती. राजा मानसिंगला याचे मोठे वाईट वाटे. आपल्या आज्ञेने एका शेतकऱ्याने शेत पिकवल्यामुळे राणा प्रतापने त्याचा शिरच्छेद केल्याची वार्ता राजा मानसिंगला समजली. बादशहा अकबरला प्रतापाविरुद्ध भडकविण्यास ही संधी चांगली आहे, असे वाटून तो बादशहाकडे गेला. मानसिंगचा अदबीचा कुर्निसात स्वीकारून बादशहा म्हणाला,

''राजासाब, आज असे अवेळी कसे आलात?''

''खाविंद, एक महत्त्वाची खबर द्यायचीय.''

''बोलो, वह क्या है?''

''आज चित्तोड आपल्या ताब्यात आहे. आमच्या आज्ञेनं एका शेतकऱ्यानं आपलं शेत पिकवलं तर त्याला राणा प्रतापनं देहान्ताची शिक्षा सुनावली.''

“ये हिंमत?”

“यावर मला आपणाला सुचवायचं आहे-”

“क्या सलाह है आपकी?”

“आपण मला आज्ञा करावी. राणा प्रतापवर स्वारी करून मी त्याला जीवे नाहीतर...”

“इतनी जल्दी क्यू है? हम तो राणाजीसे दोस्ती चाहते है! जाओ! हमारी आज्ञासे उसके साथ सलुक करो!”

आपण करायला गेलो एक आणि झाले भलतेच असे मानसिंगास वाटले. त्याचे मन थोडे खट्टू झाले.

राजा मानसिंगने राणा प्रतापकडे जासूद पाठविला. खलित्यात लिहिले होते, ‘महाराणा प्रतापसारख्या कर्तबगार आणि उमद्या राजाबरोबर आमचे बादशहा मैत्री करू इच्छितात. त्यांचे आपण मांडलिकत्व पत्करावे आणि खुशाल अखिल मेवाडवर बादशहाच्या वतीने राज्य करावे. आपल्या संरक्षणाची, मानमरातबाची हमी बादशहा घेतील.’ जासूद खलिता देऊन परत आला.

गाठीभेटीचा दिवस ठरला. राजा मानसिंगबरोबर राजपुत्र सलीम होता. राणा प्रतापचा सेनापती राजकुमार अमरला बरोबर घेऊन सामोरा गेला. स्वागताला स्वत: राणा प्रताप येईल, अशी राजा मानसिंगची अपेक्षा होती. अपेक्षाभंगामुळे तो नाराज झाला. रात्रीच्या भोजनाच्यावेळी वाटाघाटी करण्याचे ठरले होते.

भोजनाची तयारी झाली. ताटे मांडली. मानसिंगच्या पंक्तीला राणा प्रतापचा सेनापती बसला. राजकुमार अमर भोजनाची व्यवस्था पाहत होता. राजा मानसिंगने राणा प्रतापला विचारले,

''आणि राणाजी, आपण?''

''आम्ही आपल्यानंतर जेवू, आधी पाहुणे.''

''पण आपल्याच पंक्तीला आपण बसावं.''

''ते कसं शक्य आहे? आपण मांडलिक, आम्ही स्वतंत्र. त्यात आपण आपली बहीण मुघल बादशहाला देऊन स्वाभिमानाला पारखे झाला आहात. आपल्या पंगतीला आम्ही बसणं कसं शक्य आहे?''

अपमानाने राजा मानसिंग क्रोधाविष्ट झाला; पण परिस्थिती पाहून मूग गिळून त्याला स्वस्थ बसावे लागले. तहाचा प्रस्ताव त्याने पुढे केला. मांडलिकत्वाची अट कानी पडल्याबरोबर स्वदेशाभिमानी राणा प्रतापच्या तळपायाची आग मस्तकाला गेली. राणा प्रताप उत्तरला, ''दोन सार्वभौम स्वतंत्र राजे म्हणून अनाक्रमणाचा करार करू या.''

''अटीत बदल होणार नाही, आम्हास केवळ उत्तर हवंय,'' राजा मानसिंग गुरगुरला.

''उत्तर अवश्य मिळेल; पण ते रणांगणावर.''

''काही हरकत नाही. आम्हाला हवं तसं उत्तर आपणाकडून आम्ही रणांगणावरच घेऊ आणि याला फार वेळ वाट पाहण्याची गरज नाही.''

राजा मानसिंगकडे एक तुच्छतादर्शक कटाक्ष टाकून आणि करारी मुद्रेने राणा प्रताप उत्तरला,

''राजा मानसिंग, जाता जाता आमची एक विनंती माना. रणांगणावर आपण एकटे येऊ नका!''

''मतलब?''

''मतलब इतकाच की आपल्या मेहुण्यांनाही घेऊन या. आम्ही त्यांच्याशी दोन हात करू इच्छितो. तुमच्याशी नाही. सर्व बांधवांशी लढणं आम्हाला नेहमीच नापसंत असतं. शत्रू परका असावा आणि त्यातही बलाढ्य. राम-रावणाशी लढला. कृष्ण-कंसाशी लढला.''

भोजनाची थाळी राजा मानसिंगने रागारागाने भिरकावून दिली.

त्याच क्षणी मानसिंगला सहज जेरबंद करणे राणा प्रतापला शक्य होते. तथापि राणा प्रताप जसा देशप्रेमी आणि धर्मप्रेमी होता तसाच तो राजकारणपटू व नीतिनियमांचा आदर

करणारा होता.

आपल्या मुलखाच्या सीमेवर मानसिंगला सुरक्षितपणे जाऊ देण्याची महाराणा प्रतापने खास व्यवस्था केली.

❋ ❋ ❋

राणाजी आपल्या गढीमध्ये चाल करून येणाऱ्या सैन्याची माहिती जिवाचे कान करून ऐकत होते. जीव धोक्यात घालून आणलेली हकिगत हेर अदबीने पेश करीत होते.

- आधी बादशहाने स्वत: चाल करून येण्याचे ठरविले होते; पण मानसिंगला सूड उगवण्याची इच्छा झाली.
- तहप्रसंगी झालेला अपमान त्याच्या मनात डाचत होता.
- राणा शक्तिसिंहाला मानसिंगबरोबर अकबराने पाठविले आहे.
- एकूण फौज ऐंशी हजार आहे.
- पाच हजार घोडदळ आहे.
- दहा हत्ती आहेत.
- बरोबर भरपूर दाणागोटा आणि युद्धसाहित्य आहे.

- मानसिंगनं प्रतिज्ञा केली आहे की, मी फत्ते होऊनच येणार, विजयोत्सवाची तयारी करा.
- एवढी फौज दिली तरी, उमदा, मुत्सद्दी बादशहा साशंकच होता.
- 'विजयी व्हा,' म्हणून बादशहानं मानसिंगला आशीर्वाद दिला.
- तो आनंदी चेहऱ्यानं नव्हे तर चिंतातुर मुद्रेनं.
- राणाजी, हळदीघाटीशेजारी सैन्याचा तळ येऊन पडला आहे.

राणाजी, जगतसिंगने मानसिंगला दूरच्या वाटेने आपल्या गढीला वेढा घालण्याचा सल्ला दिला आहे. त्याचं म्हणणं, रसद तोडली तर राणाजी आपोआप शरण येतील.

सर्व हेरांना राणाजींनी निरोप दिला. त्यांनी आपल्या सामंत सेनापतींना पाचारण केले. राणाजी त्यांना सांगू लागले,

''शत्रू हळदीघाटीपर्यंत आलाय. तो पुढे येण्याच्या आतच आपण त्याला खिंडीत गाठू या. आपल्याला वेढण्याचा त्याचा मानस आहे. आपण चाल करून येणार नाही, अशा समजूतीत तो आहे. तोपर्यंत आपण खणाखणी करूया.''

बादशाही फौजेने हळदीघाटी व्यापली. बावीस हजार कडवे राजपूत ऐंशी हजार सैन्यावर तुटून पडण्यासाठी चाल करून गेले. खणाखणीला प्रारंभ झाला. हजारो शाही गनिमांना कडव्या राजपुतांनी कंठस्नान घातले. राजपूतही धारातीर्थी पडू लागले.

पन्नास हजार गनिमांना नेस्तनाबूत करताकरता पंधरा हजार राजपुतांनी सद्गती मिळविली.

प्रचंड शाही फौज पाहून आणि दिल्लीहून तिला नवी कुमक येत असल्याची वार्ता ऐकून राणाजी सचिंत झाले. त्यांच्या मनात एक विलक्षण कल्पना चमकून गेली. त्यांनी दोन सेनानी आणि दोन सामंत यांना जवळ बोलावून सांगितले,

''असंच लढलो तर लढा संपणार नाही.''

''मग आपण काय करावं असं आपल्याला वाटतं?''

''आपण शेलके चौघेजण सेनापती मानसिंगच्या हत्तीवर सिंहाच्या छाव्याप्रमाणे हल्ला करूया. सेनापती पडल्यानंतर साऱ्या फौजेचं नीतीधैर्य नष्ट होईल. भीतीनं गाळण उडेल तिची!''

दुपारचा चारचा सुमार असेल. त्या धुमश्चक्रीत राणाजी आणि त्यांचे शूर सैनिक वाट काढीत मानसिंगाच्या हत्तीजवळ आले. राणाजींनी चेतकची पाठ थोपटून त्याला टाच दिली आणि अचूक सेनापती मानसिंगवर भालाफेक केली. मानसिंगचे नशीब बलवत्तर. त्याच

क्षणी हत्ती बुजला आणि मानसिंगऐवजी त्याचा माहूत मारला गेला. मानसिंगने देवाचे आभार मानले; मात्र राणाजींच्या अचाट धाडसाचा त्याने धसकाच घेतला.

मानसिंग बचावला. शाही सैनिकांनी राणाजींना घेरले. जखमी केले. राणाजी घोड्यावरच बेशुद्ध झाले. त्यांचे शरीररक्षक सामंत राणाजींजवळ आले. रणांगणातून राणाजींना आपण नेले पाहिजे, असे त्यांना वाटले. त्याही गडबडीत मनात एक विलक्षण कल्पना आली. तो दुसऱ्या सामंतास म्हणाला,

''राणाजींना सुरक्षित रणांगणातून बाहेर न्या.''

''आणि तुम्ही?''

''त्यांचा मुकुट मी माझ्या मस्तकी धारण करतो. शाही सैनिक मला राणाजी समजतील. सर्वांचा रोख माझ्यावर येईल.''

''तुम्ही जिवंत सुटाल काय?''

''माझं मी पाहून घेईन; पण इतकं निश्चित की राणाजींना बाहेर न्यायला तुम्हाला उसंत मिळेल.''

मानाने राणाजींचा राजमुकुट आपल्या मस्तकी धारण केला. कुणीही न सांगता चेतक आपल्या जखमी धन्याला पाठीवर घेऊन रणांगणातून बाहेर जात होता. जखमी राणा प्रतापवर मुसलमान सैनिक हल्ला चढवीत आहेत, हे आघाडीवरच्या शक्तिसिंहने पाहिले. त्याने त्या सैनिकांची कत्तल करून चेतकसह राणा प्रतापला रणांगणातून बाहेर नेले. चेतक

दुडक्या चालीने का जातो, ते एका सरदाराने पाहिले. त्याच्या ध्यानी आले की, मानसिंगच्या हत्तीच्या सोंडेला बांधलेल्या तलवारीच्या पात्याने चेतकचा पाय गुडघ्यातून छाटला गेला आहे.

चेतक पुढे, शक्तिसिंह आणि राणाजींचे सेनानी सरदार मागे असे ते रणांगणाबाहेर पडले. इमानी निष्ठावंत चेतक बेशुद्ध अवस्थेतील राणाजींना नेत असताना एक ओढा आडवा आला. उडी मारून तो पार करीत असताना चेतक तिथे कोसळला आणि गतप्राण झाला. शक्तिसिंहने राणाजींना आपल्या घोड्यावर उचलून घेतले आणि सुरक्षित एका गुहेच्या तोंडापाशी आणले.

''काय इमानी जनावर! धन्याला सुरक्षित आणल्यावरच देहातून प्राण सोडला त्यानं. माणसापेक्षा घोडा अधिक इमानी असतो हेच खरं.'' एक सामंत उत्तरला.

त्या गुहेमध्ये उपचार केल्यानंतर राणाजी शुद्धीवर आले. चेतकच्या बलिदानाचे त्यांना अतीव दुःख झाले. शुद्धीवर आल्यावर ते म्हणाले,

''माझा मुकुट कुठाय?''

सरदार उत्तरला,

"आपण जखमी होऊन बेशुद्ध पडलात. शत्रूनं आपणालाच महाराणा म्हणावं म्हणून मानाने आपल्या मस्तकी राजमुकुट परिधान केला आणि शत्रूला हुलकावण्या देत देत तो दूरच्या अंतरावर गेला."

"म्हणजे माझ्यासाठी त्यानं आपला जीव धोक्यात घातला तर!"

"तसाच त्याचा अर्थ आहे."

"हर हर! माझ्या मातृभूमीला अद्याप किती ताज्या रक्ताची तहान लागून राहिली आहे कुणास ठाऊक?"

"राणाजी, हे पाहिलंत का कोण?"

"हा तर शक्तिसिंह?"

"राणाजी, मला क्षमा करा," असे म्हणत शक्तिसिंहाने राणाजींचे पाय पकडले.

राणाजींनी शक्तिसिंहाला उचलून प्रेमभराने दृढ आलिंगन दिले. एक सामंत राणाजींना म्हणाला,

"आपण चेतकवर बेशुद्ध होत असताना दोन मुसलमान सैनिक आपणावर वार करण्याकरता चालून आले, परंतु त्याचक्षणी शक्तिसिंह पुढे आले आणि त्यांनी आपल्यावर वार करणारे दोन्ही हात वरच्यावर कलम केले."

शक्तिसिंह अदबीनं म्हणाला,

"राणाजी, झालं गेलं विसरून आपल्याबरोबर मातृभूमीच्या स्वातंत्र्यासाठी उर्वरित आयुष्य खर्च करण्याचं मी ठरवलं आहे."

इतक्यात राणाजींचा शोध घेत घेत काही राजपूत सैनिक तिथे आले. त्यातील एकजण पायउतार होत लगबगीने म्हणाला,

"राणाजी सुरक्षित आहेत ना?"

"अवश्य! पण लढाईची काय खबरबात?"

"राणाजींचा राजमुकुट परिधान केलेल्या मानाची शाही सैनिकांनी खांडोळी केली."

राणाजी सद्गदित अंत:करणाने म्हणाले,

"धन्य धन्य, राजपूत वीरा, तू आपल्या अलौकिक बलिदानानं मेवाडच्या महाराणा प्रतापलाही लाजविलंस! पण या मेवाडच्या देदीप्यमान इतिहासात एक सोन्याचं पान कोरून गेला आहेस, यात शंकाच नाही. स्वामिनिष्ठ चेतकप्रमाणेच तुझ्याही हौतात्म्यास हा राणा प्रताप वंदन करीत आहे."

''राणाजींना आपण मारलं, अशा समजुतीनं शाही फौजेने विजयोन्मादाने दिल्लीकडे कूच केलं.'' सामंताने लढाईचा शेवट सांगितला.

❋ ❋ ❋

मेवाडचा मैदानी मुलूख बादशाही फौजेने व्यापला होता. संरक्षणाच्या दृष्टीने राणा प्रतापने आपल्या उरल्यासुरल्या फौजेनिशी अरवलीच्या जंगलाचा आश्रय घेतला होता. रात्री-अपरात्री मोगलांच्या तळावर छुपे हल्ले करून राणा प्रतापने मोगलांना हैराण करून सोडले होते. शाही फौज प्रचंड असली, तरी त्यांना सर्व रात्री काळरात्री वाटत होत्या. ही त्रस्तता बादशाहला त्याच्या सेनानींच्याकडून समजली. बादशाहाने हुकूम केला, 'जंगलात शिरा आणि राणा प्रतापला मिळेल त्या अवस्थेत पकडून आमच्यापुढे हजर करा.'

शाही सैनिक अरवलीच्या जंगलात सर्व बाजूंनी शिरले. जणू एक मोठा लपंडावच सुरू झाला. शाही फौजेला राणा प्रतापने दाद दिली नाही; कारण आता त्याच्या फौजेत राजपूत थोडे आणि काटक, चपळ टोळीवाले भिल्लच अधिक होते. अरवली पर्वताच्या सगळ्या वाटा त्यांच्या पायाखालच्या होत्या. त्या भागातील काही राजपुतांना लाचलुचपत देऊन

राणा प्रतापच्या शोधासाठी आणले होते. त्यामुळे राणा प्रतापला सुरक्षित लपणे मधून मधून कठीण होत असे.

अशीच एक भयाण चांदणी रात्र उगवली. दहा-वीस सैनिक, राणाजी आणि महाराणी एका शिवमंदिराच्या आवारात जमिनीचा बिछाना आणि आकाशाचे पांघरूण करून रात्र कंठीत होते. आपण सुरक्षित आहोत, अशी त्यांची कल्पना होती. त्यांना थोडीशी भोजनोत्तर डुलकी लागली न लागली, इतक्यात डोळ्यांत तेल घालून जागणाऱ्या पहारेकरी भिल्लाने इशारा दिला,

''होशियार! जागते रहो! गनिम आ रहा है!''

महाराणा आणि महाराणी खडबडून जागे झाले. त्यांनी हत्याराला हात घातला. इतक्यात मुसलमान सरदाराच्या नेतृत्वाखाली पाचपंचवीस सैनिक चाल करून आले. त्या चांदण्या रात्रीत चकमक झडू लागली. राणाजींच्यापुढे शत्रूचे काहीच चालेना. त्यांनी शत्रूस झुकांडी देऊन पलायन केले. शत्रू त्यांच्या पाठीशी लागला. सारे सैनिक राणाजींना पकडण्यासाठी गेले. एकटा मागे राहिला, तो मुसलमान सरदार. त्याचे लक्ष महाराणींच्यावर होते. त्यांच्या अलौकिक सौंदर्यावर तो निहायत खूष झाला होता. आपण एक लढवय्या आहोत, हे विसरून हातातील शस्त्र टाकून तो महाराणींच्या दिशेने धावला. एकूण सारा प्रसंग महाराणींनी ओळखला. ती धीरवीर राणी घाबरली नाही. उलट एक प्रकारच्या वीरश्रीच्या विजेचा संचार तिच्या देहात झाला होता. तो सरदार पुढे पुढे येत होता

आणि महाराणी झुडुपाआड आत्मरक्षणाच्या दृष्टीने कमरेची कट्यार उजव्या हातात घेऊन हल्ल्याच्या पवित्र्यात उभ्या होत्या. तो मुसलमान सरदार झुडपाच्या दिशेने पुढे सरकला. तो नजीक येण्याच्या आतच महाराणींनी आपल्या हातातील कट्यारीचा जबरदस्त वार त्याच्या छातीवर केला. त्या अनपेक्षित प्रसंगाने तो तोबा तोबा करीत जमिनीवर कोसळला. त्याने आपले दोन्ही हात छातीवरच्या जखमेवर धरले आणि हे पाहून महाराणीनी कंबरेची तलवार काढून त्याची तिने खांडोळी केली. त्या मनात उद्गारल्या,

'सती साध्वी कर्मवती आणि वीर रमणी पद्मिनीदेवी यांच्या बरोबरीला मी आज अल्प प्रमाणात का होईना उतरले, हे माझं मोठे भाग्य होय.'

महाराणींनी याप्रमाणे त्या मोगल सरदाराचा निकाल लावला. त्याचप्रमाणे तिकडे राणाजींनी आपल्या चार विश्वासू भिल्ल सैनिकांच्या साहाय्याने त्या दहा-बारा सैनिकांना यमसदनास पाठविलं.

''पिताजी ऽऽ''

''काय बिटिया, काय झालं इतकं रडायला?''

राजकन्या नुसती रडूच लागली.

''मारलं का कुणी?''

''मला खूप खूप भूक लागलीय.''

''आईनं काही नाही का दिलं?''

''दिला एक कोंड्याचा मांडा करून. त्याचा एक तुकडा तोंडात टाकला तोच बाकीचा बोक्यानं पळवला. तहान लागली तर पाणीच नाही.''

''देऊ या हं, छोट्या कन्याकुमारीला खूप खूप खाऊ आणि पोटभर पाणी.''

''पिताजी,'' आसू आवरत राजकन्या म्हणाली, ''एक विचारू?''

''हो!''

''तुम्ही राजे आहात ना?''

''होय!''

''मग मी राजकन्या ना?''

''हो हो तर, अगदी लाडकी.''

''मग हे असं का?''

''काय?''

''राजा उपाशी, राणी उपाशी, राजकन्या उपाशी. मला ही भूक सहन होत नाही. तुम्हाला दयासुद्धा येत नाही माझी? राजा झालात म्हणजे इतकं निष्ठुर व्हावं लागतं का?''

राजकन्येचे करूण शब्द ऐकून महाराणी रडू लागल्या. राणाजींच्या नेत्रांतूनसुद्धा अश्रू ओघळले. राणाजी उठले. त्यांनी दौत-लेखणी घेतली. झरझर एक पत्र लिहायला सुरुवात केली. महाराणी उत्सुकतेने म्हणाल्या,

''काय लिहिता?''

''पत्र.''

''कुणाला?''

''अकबर बादशहाला, तहाचं.''

''म्हणजेच शरणागतीचं, होय ना?''

''होय.''

''ते का?''

''हे कसलं स्वातंत्र्य, हे कसलं राज्य, हा कसला महाराणा जो आपल्या छोट्या कन्याकुमारीला दोन घास खायला घालू शकत नाही. सहनशक्तीला काही मर्यादा असते.''

''काय ऐकते आहे मी हे?''

''खरं तेच!''

'कोण बोलत आहे हे?'

''चित्तोडचा महाराणा राणाजी प्रताप.''

महाराणींच्या अंगात वीज सळसळली. त्यांनी तो कागद फाडून टाकला. दौत दगडावर आपटली. लेखणीचे तुकडेतुकडे करीत त्या त्वेषाने म्हणाल्या,

''शौर्य, धैर्य, त्याग, बलिदान, धर्मप्रेम, स्वातंत्र्यप्रेम यांचं प्रतीक समजलेले महाराणाच बोलताहेत का? मग आपण पुरेपूर थकलेले दिसता. आपण विश्रांती घ्या. आपली तलवार मला द्या. मी रणचंडी बनून युद्धाचा सोक्षमोक्ष लावते. आपला लढा केवळ चित्तोडचा नाही, मेवाड-मारवाडाचा नाही. तो भारतीय स्वातंत्र्याचा आहे. हजारो राजपुतांनी आपल्याकरता बलिदान केलं, त्याचं काय? शेकडो राजपूत रमणींनी -पण जाऊ द्या. झाडाची फांदी कडाडली, म्हणून हिमालयाने हादरून जाता कामा नये महाराज.'

इतक्यात एक हेर तिथे आला. त्याने बातमी दिली,

''महाराणाजी, आपल्या देशप्रीतीनं, चिवट लढ्यानं अकबराच्या मनात धडकी भरली आहे. त्याची झोप उडाली आहे.''

हेर मुजरा करून निघून गेला.

महाराणींचा ऊर भरून आला. त्या धीर देत म्हणाल्या,

''महाराज, अंती विजय आपला, सत्याचा, धर्माचा, स्वातंत्र्यप्रीतीचा.''

महाराणाच्या मनावरचे मोहपटल दूर झाले. महाराणींचा हात हातात घेऊन ते म्हणाले,

''राणी, खरोखर मी धन्य आहे; कारण तुझ्यासारखी आदर्श अर्धांगी मला मिळाली.''

महाराणा प्रतापने अधिक जोमाने अकबराशी लढा चालू ठेवला.

दिल्लीच्या बादशहाने हल्ल्यामागून हल्ले करून निम्म्याहून अधिक मेवाड जिंकून घेतला. 'बळी तो कान पिळी' हेच खरे. त्या मानाने राणा प्रतापची फौज थोडी होती; पण तो सामना देशभक्ती विरुद्ध जुलमी साम्राज्यशाही असा होता. राणा प्रतापच्या बाजूचे अनेक राजपूत सैनिक कामास आले होते आणि त्याने अनेक भिल्लांना सैन्यात दाखल करून घेतले होते. एकदा तर साऱ्या जंगलाला बादशाही फौजेने वेढले आणि राणा

प्रतापला पकडण्यासाठी वाटाडे जंगलात घुसले; मात्र राणा प्रताप त्यांना कधीच सापडला नाही. वाटाड्यांना निराश होऊन परतावे लागले; मात्र हा लढा देताना राणा प्रतापचे आणि त्याच्या कुटुंबीयांचे विलक्षण हाल होत होते. या प्रदीर्घ युद्धात आपला निभाव लागणार नाही, असे वाटल्यावरून राणा प्रतापने बादशहाकडे तहाचा प्रस्ताव पाठविला.

दिल्लीच्या दरबारात तहाचा प्रस्ताव पोहोचला आणि आनंदाचे व उत्साहाचे वातावरण तिथे पसरले. राणा प्रतापवर चालून जायला बादशहाच्या फौजा घाबरत असत; कारण कुणालाच आपण जिवंत परत येऊ की नाही, याची शाश्वती नसे. तळ ठोकल्यानंतर रात्री झोपणे त्यांना शक्य होत नसे; कारण कोणत्या क्षणी राणा प्रतापचे सैनिक अंधाऱ्या रात्रीचा फायदा घेऊन हल्ला करतील याचा नेम नव्हता.

अकबर बादशहाने दरबार भरविला. तो मानसिंगला म्हणाला,

"मानसिंग, तुझा राणा प्रताप शरण आला आहे."

"होय खाविंद, ही एक महत्त्वाची घटना आहे."

"तो तह करू इच्छितो!"

“अवश्य करावा.”

“त्याच्या अटी काय आहेत माहीत आहे?”

“उडत उडत कानी आल्या आहेत.”

“मग ऐक तर.”

राणा प्रतापच्या अटी ऐकण्याला सारा दरबार उत्सुक झाला होता. बादशहाने साऱ्या दरबाराला स्वत:च त्या सांगितल्या; कारण राणा प्रतापची शरणागती त्याला महत्वाची वाटत होती.

बादशहा म्हणाला,

“अटी अशा– सध्या ज्याच्या ताब्यात जेवढा मुलूख आहे, तेवढा त्यांच्याकडेच राहावा. कुणी कुणावर हल्ला करू नये; कारण कुणी कुणास पराभूत करू शकत नाही, हे सिद्ध झाले आहे. उभयतांनी एकमेकांना मित्र मानावे. उदेपूर जसे आमच्या ताब्यात आहे,

तसेच आमचे चित्तोड आम्हाला द्यावे.''

बादशहाने साऱ्या दरबारांवर आपली नजर फिरवली. त्याने आपली दृष्टी मानसिंगवर स्थिर केली. मानसिंगने नम्रतापूर्वक विचारले,

''मग आपला काय इरादा आहे?''

''तहास मान्यता देऊन आम्ही आमची पाच हजार फौज स्वागतास पाठवून राणाजींना दिल्ली भेटीचं आमंत्रण आम्ही देणार आहोत.''

''पण चित्तोडबद्दल आपण काय निर्णय घेणार आहात?''

''राणाजींना चित्तोड मिळेल आणि...''

''आणि काय?''

''राणाजींसह चित्तोड आमच्या कब्जात राहील.''

''पण राणाजी येतील असं आपणाला वाटतं?''

''आला तर ठीक. नाहीतर जंग आहेच.''

बादशहाच्या दरबारात पृथ्वीराज म्हणून एक बिकानेरचा राजकवी होता. राणा प्रतापच्या स्वातंत्र्यप्रीतीबद्दल त्याला अतीव आदर होता. शाही फौज राणा प्रतापाच्या दिशेने चार दिवसांनी निघणार होती. त्याने राणा प्रतापाला एक कविताबद्ध उत्तर लिहिले आणि त्यातून इशारा दिला, ''सूर्योदय पश्चिमेला होता कामा नये. तो पूर्वेलाच झाला पाहिजे.''

पृथ्वीराजचा जासूद त्वरेने राणा प्रतापाकडे गेला. त्याने आपल्या धन्याचे पत्र राणाजींच्या स्वाधीन केले. राणाजींनी त्याचे यथोचित स्वागत केले. जासूद थोडी अदब राखून म्हणाला,

''पृथ्वीराजांनी उत्तर मागितलं आहे.''

''उत्तर?''

''होय. लेखी नव्हे - तोंडी.''

''जा सांग तुझ्या धन्याला-''

''काय सांगू राणाजी?''

''आपल्या पत्राचा आम्ही योग्य तो आदर केला आहे.''

महाराणींच्यामुळे एकदा राणाजी सावरले गेले होते. आज त्याच्या एका मेवाडप्रिय मित्राने त्यांना इशारा देऊन जागे केले. राणाजींनी सामंत सरदारांना बोलावून सांगितले की, ''चार दिवसात शाही फौज दाखल होईल. लढण्यासाठी सज्ज व्हा.''

राणाजींनी मुकाबल्याची जरूर ती सिद्धता केली.

"सेनापती!"

"जी राणाजी?"

"तुम्ही पराक्रमाची शर्थ केलीत पण दैवाचे फासेच उलटे पडले."

"होय राणाजी, आमचे कडवे राजपूत जिवावर उदार होऊन लढत होते. एकास दहा असे शत्रूसैनिक त्यांनी कापून काढले; पण मोगली सैन्य इतकं अफाट की लाटांमागून लाटा किनाऱ्यावर आदळाव्यात, तसे आमच्या सैन्यावर त्यांचे हल्ले होत होते."

"होय! आपल्यापुढे आता एकच मार्ग मोकळा आहे."

"तो कोणता राणाजी?"

"सध्याच्या अवस्थेत आपण मेवाडात राहू तर पकडले जाऊ, तेव्हा लवकरात लवकर मेवाड सोडून जाण्यातच आपलं हित आहे."

"असं का म्हणता राणाजी? आपण नवं सैन्य उभारू या. कडव्या राजपूत जवानांची भरती करणं अशक्य नाही. डोंगर कपारीतील हत्यारं बनविण्याचे कारखाने आपण वाढवू या. राणाजी, असं निराश होण्याचं कारण नाही."

राणा प्रतापने एक दीर्घ नि:श्वास सोडला.

तिजोरीतला सर्व पैसा संपला होता. गेले काही महिने सैनिकांना पगार मिळाला नव्हता. भाले, तलवारी आदी हत्यारे बनविण्याचे 'उद्योग' थांबले होते. निम्मेशिम्मे सैन्य मारले गेले होते. उरलेल्यांत धड किती आणि जखमी किती यांचा हिशेब नव्हता. केवळ मनाची जिद्द कुठवर तग धरणार?

राणा प्रतापाची मनःस्थिती आंदोलित झाली होती. त्याला वाटे, मेवाड सोडावे, कडेकपारी लपून गनिमी लढा चालू ठेवावा. शत्रूला मेवाडात स्थिर होऊ देऊ नये. रात्री अपरात्री शत्रूच्या छावण्या लुटाव्यात. लुटमारीतून पुन्हा सैन्य उभारावे; पण लगेच त्याचे दुसरे मन त्याला म्हणे– अरे, हे असे किती दिवस चालणार? हा वेडा हट्ट नाही का? उरलेसुरले सैनिक नाहीसे झाले म्हणजे लढणार तरी कोण?

सेनापती काहीच बोलत नव्हते. राणा प्रताप स्तब्ध होता. दोघांच्याही मनात एक विचार घोळत होता. पैशाची काही सोय झाली तर?

इतक्यात एक सैनिक त्या ठिकाणी आला. नम्रतापूर्वक अभिवादन करून तो म्हणाला, "वीरवर भामाशाह आपली भेट घेऊ इच्छितात."

कपाळाला आठ्या घालीत राणा प्रतापने सांगितले,

"जा, त्यांना त्वरित पाठवून दे."

पहारेकरी निघून गेला. राणा प्रताप स्वत:शी विचार करू लागला– पितृतुल्य, वयोवृद्ध भामाशाह का बरे आले असतील? आणखी काही शत्रुविजयाची बातमी तर त्यांनी आणली नसेल? त्यांच्या जहागिरीवर हल्ला तर झाला नसेल आणि त्यांना त्यासाठी माझी मदत तर नको असेल? अरेरे, मदत देण्यासारखे या कमनशिबी राणा प्रतापाजवळ आता काय उरले आहे? खिन्न मनाने राणा प्रताप स्वत:शीच विचार करीत होता.

वीरवर भामाशाह त्या ठिकाणी आले. राणा प्रतापला त्यांनी अभिवादन केले. राणाजींनी त्यांना आलिंगन दिले. आपल्या शेजारी त्यांना बसवून राणा प्रताप म्हणाला,

''आपण का आलात याची थोडीशी मी कल्पना केली; हे माझे सेनापती आणि मी, दोघे तुमच्या सैन्याचं नेतृत्व करू आणि प्रसंगी चक्रव्यूहात शिरलेल्या अभिमन्यूप्रमाणे स्वत:ची गत करून घेऊ.''

सेनापती आणि राणा प्रताप यांच्या डोळ्यांत अश्रू तरळले. भामाशाहांच्या चेहऱ्यावर थोडी दु:खाची छटा आली; पण आपल्या पोक्तपणाला अनुसरून त्यांनी मनावर ताबा ठेवला आणि ते म्हणाले,

''राणाजी, समरांगणावर जाऊन शत्रूशी चार हात करण्याचं माझं वय नसलं, तरी मेवाडच्या लढ्याची हकिगत गुप्तहेरांकडून नित्य मी ऐकत आलो आहे. आपण आज कोणत्या संकटात सापडला आहात, याची मला पूर्ण कल्पना आहे आणि म्हणूनच मेवाडच्या मुक्तीसाठी मी आपल्या चरणी फूल ना फुलाची पाकळी प्रेमादरपूर्वक ठेवीत आहे.''

राणा प्रतापचा कंठ दाटून आला. कुठे मोगलांची लाचारी करणारे पळपुटे स्वार्थी राजपूत आणि कुठे त्यागमूर्ती, देशभक्त भामाशाह! भामाशाहांनी जोराने टाळी वाजवली आणि त्यांचे सात सेवक सात संपत्तीच्या पेट्या घेऊन पुढे आले. भामाशाहाच्या हुकमाने त्यांनी सारी संपत्ती राणा प्रतापच्या पुढे ओतली. भामाशाह म्हणाले,

"राणाजी, ही संपत्ती स्वराज्याच्या सेवेला रुजू करून घ्या आणि दुष्ट मोगली सत्तेपासून मेवाडला वाचवा. मला एकाच गोष्टीचं दुःख होतं की एक सैनिक म्हणून तुमच्या मेवाडमुक्तीच्या लढ्यात मला सहभागी होता येणार नाही; पण तसा अधिकार नसतानासुद्धा मी आपणास आशीर्वाद देतो की, या संपत्तीचा उपयोग करून घ्या आणि विजयी व्हा!"

राणा प्रतापाने भामाशहांनी दिलेल्या देणगीचा साभार स्वीकार केला. नवे सैन्य उभारले आणि मोंगलांना जबरदस्त तडाखा देऊन अर्धा मेवाड स्वतंत्र केला.

या लढ्यात त्यांनी मोंगलांना एवढा जबरदस्त चोप दिला की मेवाडवरच्या स्वारीचा विचार त्यांना मनातून काढून टाकावा लागला.

वृद्धांचा मंगल आशीर्वाद आणि तरुणांची बेहद्द जिद्द यामुळे तर या लढ्यात राणा प्रताप विजयी झाला नसेल?

९

मेवाडच्या इतिहासात 'न भूतो न भविष्यति' असे हळदाघाटीचे युद्ध झाले. राणा प्रतापला त्यात पराभव स्वीकारावा लागला. तथापि, अकबर बादशहा आपल्या विजयाचा आनंद उपभोगू शकला नाही. त्याने पाठविलेल्या ऐंशी हजार फौजेपैकी जवळ जवळ पंचवीस हजार फौज कडव्या राजपुतांकडून कापली गेली. तथापि, बादशहा एवढा प्रबळ की त्याला काहीच वाटले नाही; कारण त्याने मनात आणले असते तर दोन लाख फौज त्याला सहज उभी करता आली असती.

बावीस हजार फौजेपैकी राणाजींची पंधरा हजार कडवी फौज कामास आली. त्या लढाईत राणाजी जखमी झाले. बेशुद्ध पडले आणि इमानी चेतकने त्यांना सुरक्षित बाहेर नेले. आता पहाडी मुलखात राहण्यापलीकडे राणाजींना गत्यंतर नव्हते. त्यांनी एकनिष्ठ सामंतांना आणि सेनाधिकाऱ्यांना एकत्रित केले आणि त्यांच्याशी विचारविनिमय केला. राणाजींना जशी अधिक फौज जमवण्याची निकड होती, तसा पैशाचा तुडवडा तीव्रतेने जाणवत होता, तथापि राणाजींचे नशीब बलवत्तर होते. स्वमिनिष्ठ वीरवर भामाशाह

त्यांच्या मदतीला धावून आला. आपली अफाट संपत्ती त्याने राणाजींच्या स्वाधीन केली.

राणाजींची एक अडचण दूर झाली. दुसरी अडचण होती, सैनिक गोळा करण्याची. एक तृतीयांशा पेक्षा अधिक मेवाडचा भाग बादशहाने व्यापला होता. भले भले राजपूत अकबराला शरण गेले होते आणि शेपूट तुटक्या कोल्ह्याप्रमाणे बादशहाच्या बाजूने अधिक कडवेपणाने ते राणाविरुद्ध लढत होते. पहाडी मुलखातले काही भिल्ल राणाजींच्या सैन्यात नोकरीस होते. हळदीघाटाच्या युद्धात त्यांनी आपल्या तीरकामट्यांच्या अचूक नेमबाजीचे कौशल्य दाखविले होते. त्या भिल्लातल्या एकाला 'समरसिंह' असा बहुमानाचा किताब देऊन राणाजींनी त्याला सैन्य विभागाचे सेनापतीपद बहाल केले होते. सामंत आणि अन्य सेनाधिकाऱ्यांच्याबरोबर सल्लामसलतीला राणाजी समरसिंहाला बोलावीत असत.

असाच एकदा विचारविनिमय चालू असताना समरसिंहाने सुचविलं,

''राणाजी, आपणास एक सुचवू?''

''बोल समर, तू तर आता उजवा हात झाला आहेस.''

''या पहाडी मुलखात ठिकठिकाणी अनेक भिल्लांची वस्ती विखुरलेली आहे. त्यांना मी एकत्र करीन आणि आपल्या सेवेला रुजू करीन. एकेक भिल्ल शूर, मोठा कडवा आणि लढवय्या आहे.''

दोन आठवड्यांच्या अवधीमध्ये पाच हजार भिल्लांची एक पलटण राणा प्रतापने

समरसिंहाच्या साहाय्याने उभारली. माणसे मिळाली, धन मिळाले; परंतु शस्त्रांशिवाय ते लढणार कसे? या अडचणीमुळे सामंत आणि अन्य सेनाधिकारी चिंतेत पडले; पण अखेर समरसिंहानेच त्यांना चिंतामुक्त केले. तो म्हणाला,

"राणाजी, काही भटके राजपूत लोहार आमच्याकडे बाणांना आणि भाल्यांना धार लावून द्यायला येतात."

"परंतु ते आपली शस्त्रास्त्रांची अडचण कशी दूर करतील?"

"राणाजी, मी असं करतो..."

"काय करणार?"

"ताबडतोब निघून त्यांच्यापैकी एकदोन प्रमुखांना गाठून आपल्या सेवेला हजर करतो."

समरसिंह दोन दिवसांतच दोन लोहार प्रमुखांना घेऊन आला. राणाजी त्यांना म्हणाले,

"हे पाहा लोहारांनो, फार मोठ्या प्रमाणावर ढाली, तलवारी, बाण आणि भाले यांची आम्हाला गरज आहे. याबाबत तुम्ही आम्हाला काय मदत करू शकाल?"

प्रथम त्यांच्यापैकी कुणी काहीच बोलले नाही.

"तुम्ही मागाल ती मजुरी आम्ही आनंदानं देऊ."

"राणाजी, आपण काळजी करू नका. बादशाहानं चित्तोड काबीज केलं. एका दरवाजानं तुम्हाला बाहेर पडावं लागलं, दुसऱ्या आडवाटेनं आम्ही तीनशे लोहार बाहेर पडलो!"

लोहाराचा कंठ दाटून आला. त्याच्याने बोलवेना. राणाजी त्याची समजूत घालीत म्हणाले,

''बोल, तुला काय बोलायचं ते. तुम्ही चित्तोडचे म्हणजे माझेच नागरिक.''

''होय सरकार, आपण आमचे वंदनीय धनी आहात आणि आम्ही आपले एकनिष्ठ चाकर आहोत. मातृभूमी सोडावी लागल्यामुळे कुठं स्थिर व्हावे, हे आम्हाला कळेना. इतक्यात आमच्या कानी आलं...''

''काय कानी आलं तुमच्या?''

''की आमच्या धन्यांनी, म्हणजे सरकार आपण, घनघोर प्रतिज्ञा केली आहे, की चित्तोड मुक्त करीपर्यंत जमिनीवर झोपायचं, पत्रावळीवर जेवायचं, सामान्य सैनिकाचं साधं अन्न सेवन करायचं आणि मग आम्हीही निश्चय केला..''

''काय निश्चय केलात आपण?''

''की आमच्या धन्याप्रमाणं चित्तोड स्वतंत्र होईपर्यंत आपण घरच करायचं नाही, सारखं भटकत राहायचं आणि करायचं घर ते चित्तोडातच.''

''धन्य तुमची लोहारांनो! आज या राणाला तुम्ही तुमच्या प्रखर देशभक्तीने लाजविलं आहे; कारण एखादी प्रतिज्ञा पार पाडणं धनिकाला, सत्ताधीशाला शक्य असतं. गरीबाला ते अवघड असतं.''

''सरकार, एक विचारू?''

''अवश्य!''

"बादशाहाला मिळालेले मेवाडी संस्थानिक काय राजे नव्हते, का धनवान नव्हते, की त्यांच्याजवळ सत्ता नव्हती?"

राणाजी गंभीर झाले, तरी तो लोहार बोलतच होता-

"कमी पडली ती देशभक्ती."

"खरं आहे तुझं म्हणणं. मग तुम्ही आता असं करा, हा आमचा सरदार समरसिंह आहे, तो तुम्हाला तुमची मोलमजुरीची किंमत योग्य प्रमाणात देईल आणि आम्हाला एकूण किती हत्यारांची जरुरी आहे तेही तुम्हाला सांगेल."

"तुम्ही शस्त्रं बनविण्याचं माझं काम करा-"

"सरकार, ते तुमचंच काम नव्हे, तर आमचंही आहे. ते देशकार्य आहे, ती मातृभूमीची सेवा आहे."

"लोहारांनो, किती थोर मन आहे तुमचं! एवढी समजूत जर सामान्य राजपुतांच्यात निर्माण होईल तर-"

"पण हे अत्यंत कठीण आहे," समरसिंहने आपलं मत देऊन टाकले.

त्या लोहारांनी आपले सातशे सहाय्यक गोळा करायचे आणि पहाडी मुलखात हत्याराच्या भट्ट्या लावायच्या आणि चित्तोड मुक्त होईपर्यंत सतत शस्त्रे निर्माण करायची असा बेत निश्चित केला.

राणाजींनी त्यांना निरोप दिला. निरोप घेता घेता तो लोहार म्हणाला,

"सरकार, एक अर्जी आहे!"

"अरे, आता काय तुझं शिल्लक राहिलं?"

"आपण स्वतःचा जीव कष्टात, संकटात घालून चित्तोडच्या मुक्ततेसाठी प्राणपणाने धडपडत आहात. आम्हालाही देशभक्तीचा आमचा म्हणून काही थोडा वाटा उचलण्याची संधी द्या ना!"

"म्हणजे निश्चित काय हवंय तुम्हाला?"

"ही सारी कामं चित्तोड मुक्त होईपर्यंत आम्ही दालरोटी खाऊनच करतो."

"पण हा तुमच्यावर अन्याय नाही का? तुम्हाला तुमची योग्य ती बिदागी मिळालीच पाहिजे. गरिबांच्या पोटावर मारणं हा राणा कधीही पसंत करणार नाही."

बराच वेळ गप्प बसलेल्या दुसऱ्या एका लोहारला अचानक कंठ फुटला, तो म्हणाला,

"सरकार, मी सांगू का?"

"बोल."

"दोघांच्याही मनासारखं करू या!"

"म्हणजे काय करू या?"

"तुम्हाला जी योग्य मजुरी द्यायचीय. ती तुम्ही द्या आणि केवळ दालरोटी पुरतीच बिदागी आम्ही काढून घेऊ. तेवढी आम्ही कारणी लावू. राहिलेली रक्कम चित्तोडमुक्तीच्या आपल्या राष्ट्रीय कार्याला आम्ही देणगी देऊ."

राणाजींना गहिवरून आले. त्यांच्या डोळ्यांत धन्यतेचे अश्रू तरळले. त्यांनी त्या दोन्ही लोहारांना प्रेमपूर्वक दृढ आलिंगन दिले आणि त्यांच्या कामाची आगाऊ रक्कम देऊन प्रेमाने निरोपाचा विडा दिला.

९

रीतीरिवाजाप्रमाणे राणाजींनी अनेक लग्ने केली होती. बहुतेक राण्यांपासून त्यांना एक-दोन पुत्र झाले होते. त्यांचा मोठा पुत्र अमरसिंह आता वयात आला होता. शौर्य, धैर्य, साहस इत्यादीत तो आपल्या पित्याच्या वळणावर गेला होता. यामुळे राणाजी पूर्ण समाधानी होते. आपली गादी आणि आपले जीवितकार्य अमरसिंह केवळ सांभाळील इतकेच नव्हे, तर वाढवील याची खात्री वाटत होती.

बादशाहा अकबरने मेवाडवर मोठी चढाई करण्याचे प्रयत्न सोडून दिले होते. भगीरथ प्रयत्न करूनही राणाजी त्याच्या हाती लागले नव्हते. त्यांना शरण आणण्याच्या अट्टाहासापायी अकबराने असंख्य सैनिक आणि प्रचंड धनदौलत खर्ची घातली होती. चितोडसह दोन तृतीयांश मेवाड अकबराच्या ताब्यात होता, तर अरवली पर्वताच्यालगतचा उरलेला मेवाड राणाजींच्या ताब्यात होता. अकबराने बंदोबस्तासाठी ठिकठिकाणी लहान लहान सेनानींच्या आधिपत्याखाली थोडा थोडा मुलूख देऊन त्यांचे तळ टाकले होते. या साऱ्याच तळांना आता एक प्रकारची सुस्ती आली होती. राणाजींवर त्यांना चालून जायचे नव्हते किंवा राणाजी आपल्यावर चाल करून येतील अशी त्यांना फारशी भीतीही वाटत नव्हती. राणाजींना उरलेला मेवाड मुक्त करण्याची तीव्र इच्छा लागून राहिली आहे याची बिचाऱ्या मोगली तळांना कल्पना नव्हती.

हळूहळू राणाजी मेवाडमुक्तीच्या मार्गाला लागले. कधी ते आपल्या शूर सामंतांना धाडीत तर कधी अमरसिंहला. रहिमखानच्या तळावर अमरसिंहला पाठवावे असे एकदा राणाजींच्या मनात आले. त्यांनी अमरसिंहला बोलावून घेतले. अमरसिंह अदबीने

म्हणाला,

"पिताजी, का बोलावणं केलंत?"

"एक कामगिरी आहे."

"ती कोणती?"

"बेटा, आपल्या मुलखालगत पडलेल्या मोगलांच्या छावण्या हुसकून लावून मेवाडमुक्तीच्या कामाला मी प्रारंभ केला आहे."

"ते मला माहीत आहे आणि आपण जबरदस्त आठ किल्ले मोगलांच्यापासून जिंकून स्वराज्यात सामील केले आहेत हेही मी जाणतो पिताजी-"

"काय बेटा? बोल ना, असा थांबलास का?"

"अशाच एखाद्या कामगिरीवर मला पाठवा ना!"

"त्यासाठीच तर तुला बोलावलं आहे."

"मग द्या हुकूम. कामगिरी अशी फत्ते करून येतो की बस्स!"

"बादशाही सरदार रहिमखान, यानं आपल्या पाच हजार फौजेनिशी तळ ठोकल्याचं तुला ठाऊकच आहे, तसंच गुप्तहेरांनी एक छान बातमी आणली आहे."

"ती कोणती?"

"ते मोगली सैन्य सुस्त झालं आहे. खानखानाप्रमाणं चोवीस तास नशेत असतं ते. तरीसुद्धा गाफील न राहता रात्रीचा त्यांच्यावर अचानक हल्ला कर म्हणजे थोड्या फौजेत तू यशस्वी होशील.''

"पिताजी, मी किती सैन्य बरोबर घ्यावं अशी आपली कल्पना आहे?''

"फक्त पाचशे.''

"पाचशेच?''

"होय अमर, पाचशे कडवे भिल्ल. एक भिल्ल दहा मोंगली सैनिकांना भारी असतो हे विसरू नकोस.''

राणाजींचा आशीर्वाद घेऊन अमरसिंहने रहिम खानखानाच्या तळावर रात्री अचानक हल्ला करून तो उद्ध्वस्त केला. आडवे आले त्यांना कापून काढले. पळाले ते सुटले. त्यात खानखाना सुटला; पण त्याची बीबी जीनत अमरसिंहच्या हाती लागली. तिला घेऊन तो चावंड राजधानीकडे येऊ लागला. विजयाची बातमी राणाजींना लवकर मिळावी, म्हणून हेरप्रमुखांना त्याने पुढे पाठविले.

✿ ✿ ✿

उन्हे उतरत होती. अरवलीच्या पायथ्याशी एका नदीच्या काठी एका उंच खडकावर राणाजी एकदा बसले होते. पश्चिमेच्या क्षितिजाकडे एकटक नजरेने ते पाहत होते. त्यांना त्याची जन्मभूमी दिसली. ते खिन्नपणे स्वत:शीच उद्गारले... ''ही माझी जन्मभूमी चित्तोड. निम्म्याहून अधिक माझं राज्य मी मोंगलापासून मुक्त केलं; पण माझं चित्तोड मी मुक्त करू शकलो नाही. ते ज्या दिवशी मुक्त होईल, तोच माझ्या जीवनातील भाग्यशाली दिवस ठरेल.''

चित्तोडच्या संदर्भात त्यांच्या स्मृती जाग्या झाल्या. त्यांच्या सुखद चिंतनात ते दंग झाले, इतक्यात त्यांच्या कानावर 'राणाजी' असे शब्द पडले.

त्यांनी मागे वळून पाहिले. हेरप्रमुख सरदार कृष्णसिंहजींचा तो पुकार होता. कृष्णसिंहजींनी राणाजींना वंदन केले. राणाजींनी विचारले,

''तुमचं आगमन म्हणजे काहीतरी बातमी असणारच.''

''होय राणाजी. मोठी आनंदाची आणि अभिमानाची बातमी आहे.''

''मग सांगा तर, ती ऐकायला मी उत्सुक झालो आहे.''

''जंगलातून लपतछपत जाणाऱ्या शे-सव्वाशे मोंगल सैनिकांच्या काफिल्यावर कुँवरजींनी हल्ला करून विजय संपादन केला. सत्तर-ऐंशी मोगल कामाला आले. दहा-

वीस अंधाराचा फायदा घेऊन पळाले. खानखानाची बेगम तिच्या सहेलीसह हाती लागली. दोन राजपूत जवान तिला घेऊन मोठ्या बंदोबस्ताने आपणाकडे येत आहेत. कुँवरजी नंतर थोड्याच वेळात आपल्या दर्शनाला हजर होतील.''

'बेगम' आणि 'कैद' हे दोन्ही शब्द कानी पडताच राणाजींच्या तळपायाची आग मस्तकाला पोहोचली. ते कृष्णसिंहजींवर ओरडले,

''शत्रू आमचे किल्ले जिंकतात म्हणून आपण त्यांच्या बेगमा जिंकायच्या काय?''

''क्षमा करा राणाजी. शत्रूंच्या बायका पकडून कैद करणं, हे रणनीतीला सोडून आहे काय?''

इतक्यात दोन राजपूत सैनिक चार भोयांनी वाहिलेले दोन मेणे घेऊन तिथे उपस्थित झाले. त्यांच्यातील एकजण पुढे आला. त्याने राणाजींना वंदन केले, तो म्हणाला,

''महाराणा प्रतापांचा विजय असो! कुँवरजींनी या बेगमा आपल्याकडे पाठवल्या आहेत.''

राणाजींच्या इशाऱ्याबरोबर ते राजपूत सैनिक निघून गेले. मेण्याच्या शेजारी उभ्या असलेल्या भोयांना पुढे बोलावून राणाजींनी विचारले,

''या मेण्यात कोण आहे?''

"खाविंद, मागील मेण्यात सेनानायक खानखानची बेगम आहे आणि पुढील मेण्यात तिची सहेली आहे."

"ठीक आहे. तुम्ही जा."

ह्या दोन्ही स्त्रिया मेण्याचे पडदे लावून आतून ऐकत होत्या. झिरझिरीत भागातून जेवढे दिसेल, तेवढे पाहत होत्या.

राणाजी त्यांना उद्देशून म्हणाले,

"बेगम, तुम्ही घाबरण्याचे कारण नाही. शत्रूच्या बेगमा पकडून त्यांना कैद करणं राजपुतांची, खास करून या राणा प्रतापची नीती नाही. तुम्ही दोघी सुरक्षित आहात. इतकेच नव्हे, तर तुम्ही दोघी तुमच्या मानलेल्या पित्याकडे म्हणजे माहेरी आला आहात, असे समजा."

हे बोल कानी पडताच आपल्या मेण्यातून प्रथम सहेली बाहेर आली. ती काहीशी चतुर आणि धीट असावी. ती बेगमला म्हणाली,

"बेगम, तू तुझ्या हातानं चिकाचा पडदा बाजूला सारून बाहेर ये. घुंघट मागे घेऊन तुझ्या या दयासागर पित्याचे डोळे भरून दर्शन घे. तुझ्या आयुष्यात पुन्हा असा मंगल प्रसंग यायचा नाही!"

बेगम बाहेर आली. ती सहेलीमागून राणा प्रतापपर्यंत गेली. राणाजींना कुर्निसात करून तिने त्यांचे आभार मानले. राणाजी कृष्णसिंहजींना म्हणाले,

"कृष्णसिंहजी, या झाडाखाली पथारी टाका. या आमच्या कन्यांना अंमळ तिथं विश्रांती घेऊ द्या. त्यांना भूक लागली असेल तर थोडा फलाहार द्या."

करवंदे, बोरे, केळी, पेरू खाण्यासाठी म्हणून कृष्णसिंहजींनी त्यांच्यापुढे ठेवले. राणाजी हसत म्हणाले,

"मुलींनो, तुमच्याकडे द्राक्षं, अंजीर, सफरचंद, बदाम फळं म्हणून तुम्हाला खायला मिळत असतील; पण हा आमचा मेवाडी मेवा आहे. तो खाऊनच आम्हाला आमच्या स्वातंत्र्याचं रक्षण करण्यास शक्ती व स्फूर्ती येते."

पोटभर पाणी पिऊन एक करवंद त्या तोंडात टाकणार, इतक्यात दोन घोडेस्वारांसह राजकुँवर अमरसिंहजी तिथे उपस्थित झाले. त्या दोघी घाबरल्या. चेहऱ्यावर घुंघट ओढून, संकोचून झाडाखाली उभ्या राहिल्या.

कुँवरजी घोड्यावरून पायउतार झाले. त्यांनी राणाजींना वंदन केले. ते उत्साहाच्या भरात म्हणाले,

"पिताजी, आमच्या आजच्या पराक्रमाची बातमी हेरप्रमुख कृष्णसिंहजींनी आपल्या कानी घातली असेलच.''

"होय. त्यांनी सांगितलंच आहे; पण ते मला तुझ्या तोंडून ऐकायचंय.''

"पिताजी, चकमकीत आम्ही ऐंशी मोंगल मारले, दहा कैद केले आणि त्याहून महत्त्वाची गोष्ट म्हणजे सेनापती खानखानांच्या बेगमेस तिच्या सहेलीसह आम्ही गिरफदार केलं, हे आपणास माहीत झालंच असेल.''

"अमर, मला सारं काही समजलंय; पण मला प्रथम हे सांग की, शत्रूच्या बेगमा पकडणं, यात कसला पराक्रम आलाय?''

"पिताजी, शत्रूला नामोहरम करण्यासाठी त्यांच्या बेगमा पकडणं रणनीतीला धरून नाही काय?''

"कदाचित ते मोंगलांच्या रणनीतीत बसत असेल; पण राजपुतांच्या नीतीत खास नाही. विशेषत: परमपवित्र सूर्यकुळाचं नातं सांगणाऱ्या चित्तोडच्या वंशजाला नाहीच नाही.''

"पिताजी, मग माझ्या हातून चूक झाली काय?''

"छोटी नव्हे बेटा, फार मोठी चूक झाली आहे; पण ती दुरुस्त करता येईल. तू अजून लहान आहेस. अद्याप तुझ्यापुढे उदंड आयुष्य आहे. त्याहूनही उदंड कर्तृत्व तुला गाजवायचं आहे, म्हणून झाली चूक दुरुस्त कर.''

"ती कशी पिताजी?''

"त्या बेगमला बहीण मानून तिला तिच्या सहेलीसह सुरक्षित पोहोचती कर.''

"पिताजी, जशी आपली आज्ञा.''

"बेटा कुँवर, लक्षात ठेव. शत्रूच्या बेगमा पकडणं यात वीरता नाही. कुणी पकडल्यास जीव धोक्यात घालून त्यांना मुक्त करणं, यात वीरता आहे- एखादा जंग जिंकण्यापेक्षा.''

त्या बेगमने आपल्या सहेलीसह महाराणा प्रतापांना आदरपूर्वक नमस्कार केला. त्यांचे राज्य, त्यांची कीर्ती चिरकाल टिको, अशी सदिच्छा व्यक्त केली. राजकुँवर अमरसिंहजींनी त्यांना रातोरात त्यांच्या गडावर पोहोचते केले.

या घटनेनंतर काय चमत्कार घडला कुणास ठाऊक! राजस्थानावरील अकबराच्या स्वाऱ्या बंद पडल्या. सेनापती खानखाना जाऊन एक मांडलिक राजपूत सरदार त्याच्या जागी लष्करी आणि मुलकी प्रशासक म्हणून आला.

पश्चात्ताप पावून बादशहाला थोडा हितोपदेश करून खानखानाने आपल्या सेनापतीपदाचा राजीनामा तर दिला नसेल?

मेवाडमुक्तीच्या कार्यामध्ये राणाजी मधूनमधून स्वत: चाल करून जात; पण पुष्कळ वेळेला 'लाख मरोत, पण लाखांचा पोशिंदा न मरो' या न्यायाने त्यांचे सामंत, सरदार आणि राजकुमार अमरसिंह आपल्यावर जबाबदारी घेत आणि काम फत्ते करीत. एका बाजूने बादशहाच्या ताब्यातून मेवाड मुक्त होत होता, तर दुसऱ्या बाजूने राज्याला 'शिस्त' लावण्याच्या कामी राणाजी गर्क होत होते. बादशहा अकबरने मेवाडवरील मोठी चढाई पार सोडून दिली आहे, हे राणाजी पूर्णपणे ओळखून होते. पहिली दोन वर्षे बादशहा संधिप्रस्तावाची खेळी खेळला; पण ती त्याच्या अंगाशी आली; मग त्याने आक्रमणाच्या योजना आखल्या. चांगली आठ वर्षे त्याने धडपड केली. कधी स्वत:, कधी मानसिंगद्वारा, तर कधी भगवानदासद्वारा, तर कधी शाहबाजखानाद्वारा राणाजींना बादशहाने उसंत वा विश्रांती म्हणून दिली नाही; पण राणाजी तितकेच चिवट आणि जिद्दीला पेटलेले. बादशहाने जिंकलेला मुलूख आणि किल्ले राणाजींनी प्रतिहल्ले करून मिळविले. १५६४च्या अखेरीस जगन्नाथ कछवाहचे आक्रमण हे अखेरचे आक्रमण ठरले. त्याला प्रतिआक्रमणाने राणाजींनी उत्तर दिले.

पुढे शांतिपर्व सुरू झाले ते तेरा वर्षे. अगदी राणाजींच्या अखेरपर्यंत. या संघर्षाच्या काळात राणाजींनी गोगुंदा अगर उदेपूर आपल्या राजधानीची ठिकाणे केली नाहीत, तर संरक्षणाच्या दृष्टीने सुरक्षित अशा चावंड या अरवलीच्या पायथ्याशी त्यांनी नवी राजधानी वसवली. आपल्या मुलखाच्या, राज्यकारभाराच्या सोईसाठी परगणे पाडले. त्यावर सुयोग्य अधिकारी नेमले. पूर्वी शेती पिकविण्यास बंदी होती. ती उठवून त्यांनी शेतीस उत्तेजन दिले. उजाड पिवळी राने हिरवीगार दिसू लागली. मेवाडची आबादी वाढली. शस्त्रास्त्रे तयार करणाऱ्या कारागिरांना उत्तेजन देऊन शस्त्रसंभार करण्यात आला. फौजेत नवजवानांची भरती करण्यात येऊन त्यांच्या लष्करी शिक्षणाची व्यवस्था करण्यात आली.

बारा वर्षांच्या शांतिकालात राणाजींनी शत्रूपासून बत्तीस किल्ले मुक्त केले. पुढे-मागे बादशहा चालून आला, तर तयारी असावी म्हणून राजस्थानच्या राजपूत राज्यांत ऐक्य निर्माण करण्याचा प्रयत्न सुरू केला. काही भीतीपोटी तर काही भक्तीपोटी एकत्र आले; पण राणाजींना सारे मानत होते. राणाजींच्या राज्यकारभाराचे सूत्र दुहेरी होते. एका बाजूने

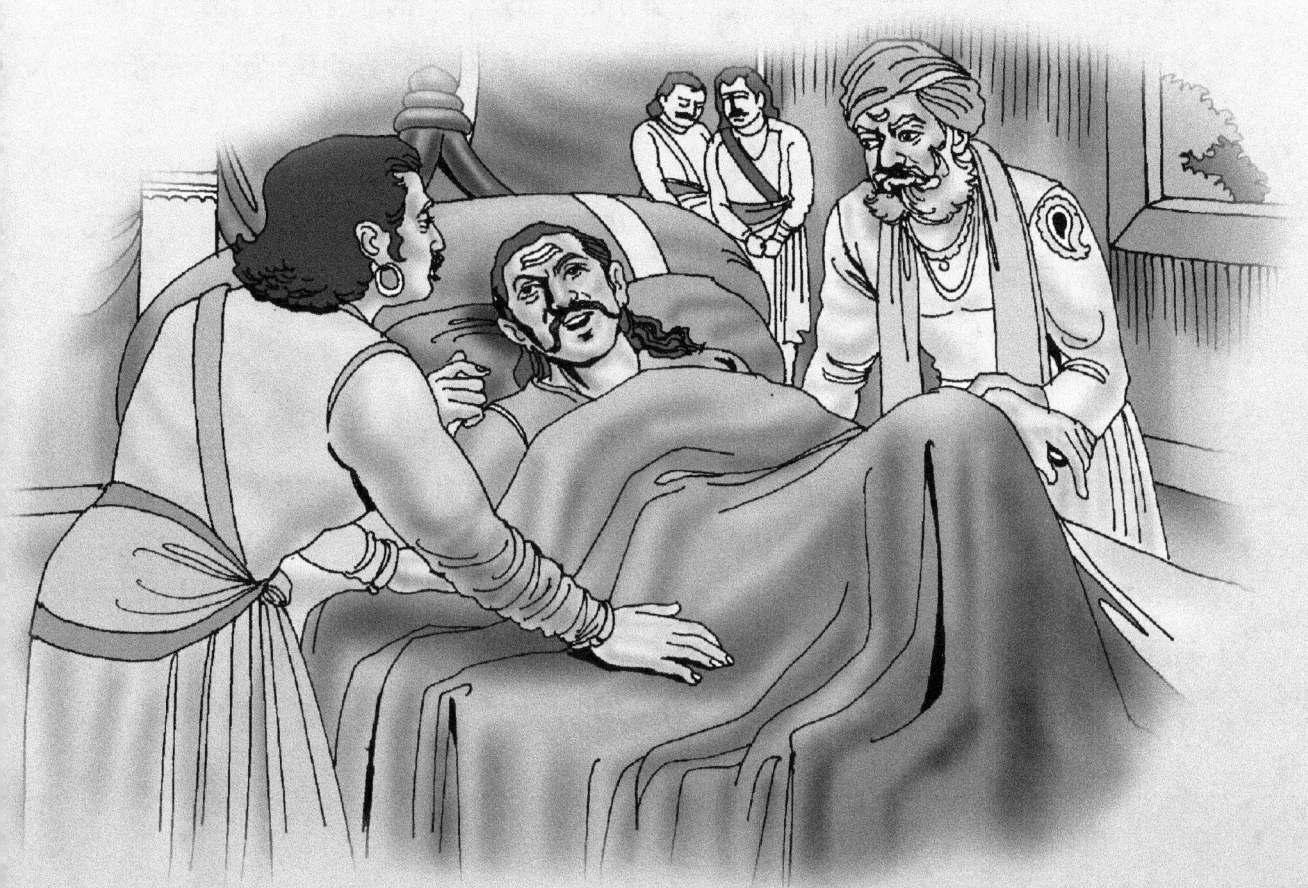

दिल्लीपासून मुक्त तर दुसऱ्या बाजूने जमल्यास व योग्य संधी प्राप्त झाल्यास दिल्लीवर चढाई. राणाजींच्या प्रमाणे सर्व सामंतांना, सेनांनींना, सरदारांना व राणांना संपूर्ण मेवाड लवकरच मुक्त होईल, यात शंका वाटत नव्हती; परंतु मनुष्य इच्छितो एक आणि नियतीच्या मनात काही निराळेच असते. राणाजींच्या ताटात असे काही भलतेच वाढून ठेवले असेल, याची कुणालाच कल्पना नव्हती. त्याचे असे झाले-

राणाजींना एके सकाळी वाघाच्या शिकारीला जाण्याची इच्छा झाली. चार शिकारी भिल्ल, दोन शरीररक्षक व चार शिकारी कुत्री त्यांनी बरोबर घेतली.

कुत्री वाघाचा माग काढू लागली. ती एका जाळीभोवती मोठमोठ्याने भुंकत स्थिर झाली. भिल्ल शिकाऱ्यांनी ओळखले, की जाळीत वाघ असला पाहिजे. जाळीत चार बाण सोडून त्यांनी सावज जागे केले. डिवचला गेलेला वाघ जाळीबाहेर लाल डोळे करून डरकाळी फोडत आला. राणाजींनी धनुष्याला हात घातला. एका बाणातच त्या वाघाचा फडशा पाडण्याचा त्यांचा बेत होता. त्यांनी धनुष्याला बाण लावून धनुष्य सर्व शक्तीनिशी खेचले मात्र, त्यांच्या शरीरात एक जबरदस्त सणक भरली. त्यांच्या छातीत असह्य कळ आली. घोड्यावरून तोल जाऊन खाली पडणार, इतक्यात शेजारी दक्ष असलेल्या शरीररक्षक भिल्लांनी त्यांना सावरले आणि चावंडला परत आणले.

या आजारातून आपण उठणार नाही, असे राणाजींना का वाटत होते, हे समजणे कठीण होते. त्यांचे सामंत सरदार त्यांना धीर देत होते; परंतु राणाजींनी आपला अंतकाळ ओळखल्याने सहकाऱ्यांच्या सांत्वनाचा काही उपयोग नव्हता.

....आणि अखेर ती काळरात्र आली. वयाच्या सत्तावन्नाव्या वर्षी शांतपणे सर्वांचा निरोप घेत राणाजींनी देहत्याग केला.

मृत्यूपूर्वी सामंत सरदारांना जवळ बोलावून ते एवढेच म्हणाले की,

'मी तसा समाधानी आहे. निम्मा मेवाड मी गनिमांच्या गुलामगिरीतून मुक्त केला. आता उर्वरित भाग राणा अमरसिंहाच्या नेतृत्वाखाली तुम्ही मुक्त करा. आज अकबर चालून येण्याच्या मन:स्थितीत, परिस्थितीत नाही; परंतु त्याच्या पश्चात तशी स्थिती राहील असे नाही. म्हणून सतत जागे राहा. प्रसंगी तुम्हाला दिल्लीवर चाल करता आली, तर महामेवाडच्या स्वातंत्र्याचा झेंडा नित्य तळपता ठेवा.'

❁ ❁ ❁

उपसंहार

राजस्थानमधील राजपुतांत मोठमोठे योद्धे, मोठमोठे सेनापती होऊन गेले. राजकारणपटूसुद्धा होऊन गेले; परंतु महाराणा प्रतापप्रमाणे धीरवीरवर, राष्ट्रप्रेमी आणि स्वाभिमानी दुसरा कुणी झाला नाही. सोळाव्या शतकाच्या उत्तरार्धात अकबरासारखा शक्तिशाली सम्राट जगात दुसरा नव्हता. अकबराच्या मानाने राणा प्रताप जवळ काहीच नव्हते. ना राज्य, ना राजधानी, अनेक भाऊबंद मोगलांना शरण गेलेले. खजिना रिकामा. मूठभर स्वामिनिष्ठ देशप्रेमी सहकाऱ्यांशिवाय दुसरे काही त्यांच्याजवळ नव्हते. तथापि, प्रचंड विश्वास, अचाट साहस, प्रखर देशभक्ती यांच्या जोरावर महाराणा प्रतापने जगाला एक चमत्कार दाखवला.

धन्य आहे ती माता, जिने राणा प्रतापसारख्या शूर देशप्रमी पुत्राला जन्म दिला आणि धन्य आहे, ती मेवाडची भूमी की, जिच्या पोटी तिच्या गुलामगिरीच्या शृंखला तोडण्यासाठी सदैव तत्पर राहणारा सुपुत्र तिच्या कुशीत उदयाला आला. 'जगात जोपर्यंत वीरांची पूजा होत राहील, तोपर्यंत धीरवीर राणा प्रतापचे उज्ज्वल आणि अमर नाव लोकांना स्वातंत्र्यप्रीती आणि स्वदेशाभिमानाचे धडे देत राहील,' असे जे एका पाश्चात्त्य इतिहासकाराने म्हटले आहे, ते अगदी खरे आहे.

राणाजींच्या निधनाची वार्ता अकबर बादशहाला समजताच त्याला दुःख झाले; कारण राणाजींच्या अंगच्या सद्‌गुणांबद्दल त्याला आदर वाटत होता. दरबारात जेव्हा त्याचे मांडलिक राजपूत राजे राणाजींची अवहेलना करीत, तेव्हा बादशहा त्यांना दटावीत असे. राणाजी मेवाडच्या सिंहासनावर फक्त पंचवीस वर्षे होते; पण त्या थोड्या अवधीतही त्यांनी देश व काल यांच्या सीमा पार करणारी अमर कीर्ती संपादन केली. राणाजींचा नश्वर देह जरी नाहीसा झाला तरी कीर्तीरूपाने ते अमर झाले आहेत. त्यांचे जीवनचरित्र लहानांनाच नव्हे तर थोरांनासुद्धा सतत स्फूर्ती देत राहील.

हल्दी घाट संग्राम

राणाजींचे गुप्त निवास स्थान

राणाजींचे जन्म स्थान, कुंभल गड

हल्दी घाट येथील राणाजींचे भव्य स्मारक

राणाजींचे म्युझियम मधील देखणे समूह शिल्प